CÔNG THỨC LÀM KEM NGỌT NGÀO NHẤT

100 công thức đồ ngọt đầy ý tưởng và màu sắc

Tâm Ninh

© COPYRIGHT 2022 TẤT CẢ CÁC QUYỀN ĐƯỢC BẢO LƯU Tài liệu này nhằm cung cấp thông tin chính xác và đáng tin cậy liên quan đến chủ đề và vấn đề được đề cập. Ấn phẩm được bán với ý tưởng rằng nhà xuất bản không bắt buộc phải cung cấp các dịch vụ kế toán, được phép chính thức hoặc đủ điều kiện. Nếu tư vấn là cần thiết, pháp lý hoặc chuyên nghiệp, một cá nhân thực hành trong nghề nên được chỉ định.

Việc sao chép, nhân bản hoặc truyền tải bất kỳ phần nào của tài liệu này bằng phương tiện điện tử hoặc định dạng in đều không hợp pháp. Việc ghi lại ấn phẩm này bị nghiêm cấm và không được phép lưu trữ tài liệu này trừ khi có sự cho phép bằng văn bản của nhà xuất bản. Đã đăng ký Bản quyền.

Cảnh báo Tuyên bố miễn trừ trách nhiệm, thông tin trong cuốn sách này là đúng và đầy đủ theo hiểu biết tốt nhất của chúng tôi. Tất cả các khuyến nghị được thực hiện mà không có sự đảm bảo về phía tác giả hoặc xuất bản câu chuyện. Tác giả và nhà xuất bản từ chối trách nhiệm và trách nhiệm pháp lý trong kết nối với việc sử dụng thông tin này

Mục lục

GIỚI THIỆU 9

CÔNG THỨC KEM 10

1. Kem vani 10
2. kem socola 12
3. Kem Stracciatella 13
4. Bánh quy * n * kem 14
5. Kem óc chó với siro phong 16
6. Sữa chua đông đá kem chanh 18
7. Kem chuối - rất kem 20
8. kem ốc quế 22
9. Kem dâu 23
10. Kem Nutella 25
11. Kem socola đen 26
12. kem mâm xôi 28
13. Kem bạc hà 29
14. Kem Rocher 31
15. Kem sữa chua đông lạnh 33
16. Kem socola 35
17. Kem húng quế giải nhiệt 37

18. Kem dâu sữa chua 39

19. Kem chanh 41

20. Kem sữa chua, vani và kem 42

21. Kem mật ong - vani 43

22. Kem chanh 44

23. Chẻ chuối 46

24. Kem Hạt Phỉ 48

25. Bánh kếp kem 50

26. Kem Blueberry 52

27. Kem 5 phút 53

28. Cà Phê Đá 53

29. Kem dưa hấu 55

30. Giáng băng 57

31. Kem Marilyn 59

32. Kem Chiên 61

33. Cà phê đá Viên 62

34. Kem Cam 64

35. Kem óc chó 66

36. Kem ốc quế 67

37. Kem chua Kem 69

38. Kem Chanh Sữa Chua 70

39. Kem sữa chua và anh đào 72

40 Kem Bánh Gừng 73

41. Sữa đậu nành và kem vani 74

42. Vụn chuối 75

43. Kem cà phê tự làm 77

44. Sorbet xuân đào 79

45. Kem Dừa 81

46. Kem trái cây 82

47. Kem Chanh 83

48. Kem bơ sữa 84

49. Kem đậu nành 85

50. Kem que trái cây 86

51. Kem Yogurt Cherry 88

52. Cơm rượu trứng 89

53. Kem ăn kiêng với Stevia 90

54. Kem sữa đông phúc bồn tử 92

55. Sorbet dâu trái cây 93

56. Kem hoa cơm cháy 95

57. Kem phô mai 96

58. Sét kem dâu 97

59. Kem sữa chua 98

60. Kem nho 100

61. Sô cô la và hạt hoàn hảo 101

62. Kem Oreo 102

63. Kem vani dừa hạnh nhân 103

64. Kem dâu sữa 105

65. Chocolate chuối đá dừa nóng 106

66. Kem sữa chua nho khô 107

67. Kem Nutella nhanh 109

68. Kem chà là kem 110

69. sốt sô cô la hảo hạng 112

70. Kem táo quế 114

71. Kem dừa mâm xôi 116

72. Kem dâu nhanh húng quế 118

73. Kem bơ đậu phộng 120

74. Sorbet dâu bạc hà 121

75. Quýt chuối lắc đá 122

76. Kem chuối xoài 124

77. Kem sữa 126

78. chuối tiêu 128
79. Kem Nutella que 129
80. Kem chuối xanh 130
81. Kem dâu đánh bông 131
82. Sữa bơ trái cây đá 133
83. Sữa lắc socola 134
84. Bánh bí đỏ 135
85. Bánh mousse cà phê đông lạnh 136
86. Kem hồ trăn thạch 138
87. Kem dừa làm từ Quark 140
88. Sorbet cam táo xanh 141
89. Kem dâu và mâm xôi 142
90. Kem dâu rượu rum 144
91. Kem cà phê trắng 145
92. kem nướng 147
93. Kem trà trái cây 149
94. Kem chua 151
95. Kem socola trắng 152
96. Kem chua 152
97. Cơm nấm cục cam 154

98. Kem chanh truffle 155
99. Kem mận và cam 156
100. Kem vani hạt dẻ cười 158

GIỚI THIỆU

Kem tự làm là một món ăn sảng khoái. Trí tưởng tượng và hương vị của bạn không có ranh giới. Trong khi kem vani và sô cô la là những hương vị phổ biến nhất, bạn cũng nên thử nghiệm những hương vị mới. Ví dụ như một ít kem mặn thì sao? Ngoài ra, bạn có thể tự làm kem que, bánh kem hoặc kem nướng.

Nếu bạn từng lo lắng rằng mình có thể không tận dụng tối đa máy làm kem của mình, thì hãy dẹp bỏ những lo lắng đó. Công thức làm kem bao gồm các hương vị như hoa oải hương, hạt dẻ, đại hoàng và trà Earl Grey. Ngay cả kem vani của Weinstein cũng không gây nhàm chán với các hương vị như Vanilla Crunch, Vanilla Rose và Vanilla Cracker Jack. Ngoài ra còn có rất nhiều công thức làm món sorbet và granita nhẹ, sảng khoái với các hương vị như Táo Chardonnay, Dừa và Kiwi. Kết thúc với công thức nấu nước sốt tự làm của tác giả. Ice Cream Book có mọi thứ bạn cần để làm cho bất kỳ dịp nào trở nên ngọt ngào hơn một chút, cho dù đó là dịp đặc biệt hay bữa ăn nhẹ lúc nửa đêm.

CÔNG THỨC KEM

1. Kem vani

Thành phần

- 400ml kem ngọt
- 250 g phô mai mascarpone 3 lòng đỏ trứng
- 1 quả vani, bột giấy của bạn
- 100 g đường
- **chuẩn bị** đường vani

1. Cho lòng đỏ trứng vào hộp cao. Đổ kem vào và khuấy mạnh bằng máy đánh trứng. Cạo vỏ vani và thêm bột giấy, đường và đường vani. Trộn bằng máy trộn ở cài đặt cao nhất trong khoảng 30 giây.

2. Thêm mascarpone và khuấy mạnh. Đông lạnh hỗn hợp trong máy làm đá.

2. kem sô cô la

Thành phần

- 100ml sữa
- 50 g sô cô la đen (70% hàm lượng ca cao)
- 50 g sô cô la, sữa nguyên kem
- 200 g kem
- 1 muỗng cà phê đường bột

sự chuẩn bị

1. Hâm nóng sữa. Đun chảy sô cô la trong đó và để nguội. Đánh bông kem với đường bột cho đến khi bông cứng. Khuấy khối sô cô la đã nguội vào kem. Đổ hỗn hợp vào máy làm kem và đóng băng theo hướng dẫn của nhà sản xuất.

3. Kem Stracciatella

Thành phần

- 200 ml kem tươi, không đường
- 100 ml sữa, 1,5%, sữa vĩnh viễn không có đường
- 30 gam đường
- 1 túi/n đường vani
- 1 nhúm muối
- 30 g sô cô la chip, **chuẩn bị tối**

1. Đóng băng máy làm đá trong 24 giờ.
2. Sử dụng máy xay thực phẩm hoặc máy trộn cầm tay để đánh kem cho đến khi kem được đông lại. Thêm đường, đường vani và muối. Cuối cùng cho sữa vào khuấy đều.
   Làm lạnh khối kem trong tủ lạnh trong 2-4 giờ.
3. Chuẩn bị máy làm kem, bật máy và đổ khối kem qua lỗ rót . Khuấy trong 15-30 phút, tùy thuộc

vào máy và độ cứng mong muốn. Cuối cùng, dần dần thêm sô cô la nghiền. Ăn kem ngay lập tức hoặc đông lạnh lại.

4. Vì có sô cô la nên kem không phải là 100% không có đường. Tuy nhiên, vì chỉ dùng 30g socola cho 2 người (lượng làm 4 thìa đong) nên hàm lượng Lactose rất thấp.

4. Bánh quy *n*kem

Thành phần

- 100 ml sữa, lạnh
- Tinh dầu vanilla
- 400 g sữa đặc, có đường (cô vắt sữa)
- 1 nhúm muối
- 500ml kem tươi

- 10 bánh quy (s) (bánh quy sô cô la), **chuẩn bị vụn**

1. Trộn sữa, chiết xuất vani, sữa đặc và muối trong một cái bát. Đánh kem cho đến khi cứng và cẩn thận khuấy trong hỗn hợp sữa. Cuối cùng, cẩn thận cho bánh quy sô cô la vụn vào (tất nhiên lý tưởng nhất là bánh quy oreo nguyên bản của Mỹ).
2. Đặt hỗn hợp vào một bát kim loại nông trong tủ đông.
3. Khuấy mỗi giờ cho đến khi đá cứng lại. Điều đó mất ít nhất bốn giờ.
4. Nếu bạn không ăn hết kem ngay lập tức, kem sẽ ở trong hộp nhựa đậy kín trong rương khoảng một tuần.
5. Đây là công thức dành cho những ai không có máy làm kem. Nó không béo như kem làm từ máy - nhưng vẫn ngon và (vì kem) cũng khá nhiều calo.
6. Nếu bạn sở hữu một máy làm kem, bạn có thể cắt giảm lượng kem bằng sữa.

5. Kem óc chó với xi-rô phong

Thành phần

- 2 lòng đỏ trứng gà
- 120g đường
- 1 đường vani
- 100 g quả óc chó
- 250ml sữa
- 200g kem tươi
- **chuẩn bị** xi-rô phong

1. Trộn lòng đỏ trứng và đường cho đến khi kem. Làm ấm sữa, thêm vào hỗn hợp trứng đường và khuấy đều. Đun lại hỗn hợp cho đến khi lòng đỏ kết lại, không để sôi. Làm lạnh tốt, tốt nhất là qua đêm trong tủ lạnh.

2. Cắt nhỏ quả óc chó, rang nhẹ trên chảo và để nguội. Thêm kem đánh bông, quả óc chó và xi-rô cây thích vào hỗn hợp đã được làm lạnh và cho vào máy làm kem. Thời gian trộn phụ thuộc vào máy.

6. Sữa chua đông lạnh kem chanh

Thành phần

- 800 g sữa chua Hy Lạp
- 300 g đường
- Chanh (s), nước ép của nó, từ một trong những vỏ bào
- 1 nhúm muối
- 1 muỗng cà phê **chuẩn bị chiết xuất vani**

1. Trộn tất cả các nguyên liệu lại với nhau và cho vào máy làm kem. Sau đó đóng băng trong hộp nhựa ít nhất 10 giờ trước khi tiêu thụ.
2. Nếu không có máy làm đá, bạn có thể làm đông đá trong hộp nhựa trong 3 giờ. Sau đó, băng đông lạnh một nửa bị phá vỡ. Điều này được lặp đi lặp lại khoảng 4-6 lần để kem thật đặc.

7. Kem chuối - rất kem

Thành phần

- 400 g chuối (danh từ)
- 1 muỗng canh nước cốt chanh
- 150 g đường
- 200 g kem
- 50 g sữa **pha chế**

1. Xay nhuyễn chuối và rưới ngay nước chanh lên chuối (tránh chuyển sang màu đen). Trộn đều với các nguyên liệu còn lại và đổ kem vào máy làm kem.
2. Kem ngon và béo ngậy ngay cả khi không có máy làm kem trong tủ đông.
3. Có thể dùng làm thức ăn thừa cho chuối đã mua quá nhiều - chuối càng chín ăn càng ngon.

8. kem ốc quế

nguyên liệu

- 200ml sữa
- 200 g kem ngọt
- 150 g) đường
- 1 nhúm muối
- 6 muỗng cà phê bột quế, nhiều hay ít **tùy khẩu vị chuẩn bị**

1. Trộn sữa với kem, đường và muối. Trộn đều quế. Chuẩn bị kem trong máy làm kem như bình thường.

9. Kem dâu tây

Thành phần

- 300 g quả mọng, đông lạnh
- 1 muỗng canh đường vani
- 2 muỗng canh đường bột
- 250 ml kem, **chuẩn bị ướp lạnh tốt**

1. Cho các loại quả mọng đông lạnh (dâu tây, phúc bồn tử, hỗn hợp quả mọng,...) vào Tupperware Quick Chef cùng với một dụng cụ cắt và xay nhuyễn cẩn thận. Ban đầu nó không dễ dàng, nhưng công việc rất đáng giá.
2. Khi dâu đã đủ nhuyễn thì cho các nguyên liệu còn lại vào trộn đều. Phục vụ ngay lập tức mà không bị đóng băng.

3. Mẹo: Mình cho kem ngọt vào ngăn đá khoảng 1/2 tiếng trước khi chế biến để kem không bị đông mà sẽ rất ngon và lạnh.

10. Kem Nutella

Thành phần

- 1 cốc kem ngọt
- 2 phần **chế biến** Nutella

1. Cho các nguyên liệu vào cốc đậy kín và lắc đều để các nguyên liệu trộn đều mà không bị vón kem. Sau đó đổ khối chất lỏng vẫn còn vào tủ đông và đóng băng. Sau đó, kem có thể được ăn cùng một lúc hoặc lấy ra từng phần.

11. Kem socola đen

Thành phần

- 1 thanh sô cô la (ít nhất 70% hàm lượng ca cao)
- 100 ml sữa, (sữa nguyên chất)
- 4 muỗng canh bột ca cao, (ca cao nướng)
- 5 muỗng canh đường bột hoặc hơn
- 2 giọt hương vị rượu rum, tùy chọn 1 muỗng canh rượu rum Jamaica nâu
- 1 gói đường vani, (vani bourbon)
- **chuẩn bị** kem nặng

1. Làm ấm sữa và làm tan chảy sô cô la đen trong đó. Sữa không cần đun sôi vì công thức không bao gồm lòng đỏ trứng. Thêm bột ca cao và đường bột. Trộn bằng máy đánh trứng cho đến khi mịn, sau đó khuấy trong nước đá cho đến khi

lạnh. Khi hỗn hợp sô cô la đã nguội, đánh kem cho đến khi cứng và cho vào.

2. Cho kem vào máy làm kem khoảng 25 phút.

12. kem mâm xôi

Thành phần

- 250 g quả mâm xôi (đông lạnh)
- 50 g đường
- 200 g kem
- Có khả năng. **Chuẩn bị** giòn

1. Cho quả mâm xôi đông lạnh, đường và kem vào tô trộn cao và để yên trong 10 phút. Xay nhuyễn hỗn hợp bằng máy trộn hoặc máy xay cầm tay và chia thành 4 bát tráng miệng. Nếu thích, bạn có thể rắc kem giòn lên một chút.

13. Kem bạc hà

Thành phần

- 3 lòng đỏ trứng
- 50 gam đường
- 200ml sữa
- 300ml kem
- 100 ml xi-rô, (xi-rô bạc hà)
- (Các) bánh kẹo 10 cái, (Sau

Tám) **chuẩn bị**

1. Đánh lòng đỏ trứng với đường trong tô.
2. Đánh hỗn hợp cùng với sữa trong bồn nước nóng cho đến khi có dạng kem. Khuấy đều và đừng để quá nóng, nếu không trứng sẽ bị đông cứng. Để khối kem nguội bớt và cho xi-rô bạc hà vào khuấy đều.

3. Đánh bông kem gần như bông cứng, cắt 8 phần sau thành từng miếng và cho cả hai vào hỗn hợp.
4. Làm hỗn hợp trong khoảng 20 phút. Sau đó chuyển sang máy làm kem. Trong máy làm kem của chúng tôi, nó đã sẵn sàng sau khoảng 45 phút. Sau đó, tôi đổ đầy khối kem vào khuôn nhựa có thể bị t kín và đặt trở lại ngăn đá trong 2 - 3 giờ.

14. Kem Rocher

Thành phần

- 3 lòng đỏ trứng gà
- 75 gam đường
- 250 ml Cảnh
- 250ml phô mai mascarpone
- 75 g hạt dẻ
- 5 Pha chế Nutella

1. Đánh lòng đỏ trứng với đường trong nồi cách thủy cho đến khi có dạng kem trong vài phút, hỗn hợp nở gấp đôi và nhạt màu. Sau đó khuấy trong mascarpone. Đánh kem đến khi bông

cứng và cho vào khuôn. Cho hỗn hợp vào máy làm kem khoảng 25 phút.
2. Trong lúc đó, rang hạt phỉ trên chảo trên bếp. Sau đó cho vào khăn và chà sạch lớp vỏ mỏng màu nâu sẫm. Xắt nhỏ hạt phỉ, không quá mịn.
3. Để Nutella tan chảy trong bát cách thủy hoặc cho vào lò vi sóng trong thời gian ngắn.
4. Cho 1/3 lượng kem đã làm từ máy làm kem vào ngăn đá tủ lạnh, sau đó rắc 1/3 lượng hạt phỉ cắt nhỏ lên trên và rắc 1/3 lượng Nutella lỏng lên trên. Sau đó đặt một lớp đá khác lên trên và tiến hành như bình thường với quả phỉ và Bom.
5. Cho kem vào tủ lạnh ngăn đá khoảng 1 tiếng, sau đó nặn thành những viên tròn và thưởng thức.

15. Kem sữa chua đông lạnh

Thành phần

- 250 g sữa chua (sữa nguyên chất)
- 250 g kem
- 130 g đường
- 1 muỗng canh rượu cognac hoặc rượu mùi cam

sự chuẩn bị

1. Đun nóng kem và đường cho đến khi đường tan hết. Tắt bếp ngay lập tức và để nguội trong khi khuấy. Sau đó khuấy sữa chua và rượu cognac hoặc rượu mùi.
2. Trong máy làm kem hoặc trong một cái bát đậy kín trong tủ đông. Vì vậy, đá vẫn rất mịn, cứ

sau khoảng 60 phút. 5-7 tiếng để tinh thể đá phân bố đều và không quá to.
3. Mẹo: Nếu bạn thích ăn chua, hãy dùng ít đường hơn.

16. Kem socola

Thành phần

- 3 lòng đỏ trứng gà
- 2 đường
- 120 g sô cô la
- 50 g sô cô la nghiền
- **Chuẩn bị** kem tươi 250 ml

1. Cho lòng đỏ trứng, trứng gà và đường vào tô khuấy đều cho đến khi sủi bọt. Làm tan chảy sô cô la ở nhiệt độ ấm, thêm vào bát và khuấy kỹ vào hỗn hợp trứng. Trộn trong kem đánh bông. Cẩn thận gấp trong sô cô la bào. Bây giờ đổ hỗn hợp vào

một cái bát thích hợp cho tủ đông và để nó đóng băng trong ít nhất 4 giờ.

2. Để rã đông khoảng 15 phút ở nhiệt độ phòng trước khi ăn. Kem sau đó có thể được chia thành nhiều phần tốt hơn và cũng có vị kem tuyệt vời.

3. Mẹo của tôi: hãy thử kem để thay đổi với các loại sô cô la khác nhau.

17. Kem húng quế sảng khoái

thành phần

- 200 ml đường
- 200 ml nước
- 20 lá húng quế
- 1 quả chanh lớn, chưa qua xử lý
- 1 muỗng cà phê hạt tiêu (hạt tiêu hồng)
- **chuẩn bị** 1,5%

1. Giảm đường và nước xuống (đường tinh luyện) (mất khoảng 10 phút), sau đó để nguội trong bồn nước. Làm sạch, rửa và lau khô lá húng quế. Cắt đôi và vắt chanh. Loại bỏ lớp vỏ trắng ở một nửa quả, trước tiên cắt thành dải nhỏ, sau đó thành khối nhỏ. Cắt ớt trong cối (không phải trong máy băm điện!).
2. Xay nhuyễn húng quế với xi-rô đường (tốt nhất là cho vào máy xay sinh tố), nêm nước cốt

chanh . Thêm sữa chua, vỏ chanh và hạt tiêu, khuấy đều thành một khối đồng nhất.

3. Đổ vào một cái bát nông (có nắp đậy) và đặt trong ngăn đá ít nhất bốn giờ (khuấy đều 30 phút khi bắt đầu) hoặc chuẩn bị trong máy làm kem.

18. Kem dâu sữa chua

Thành phần

- 300 g sữa chua tự nhiên
- 150 g dâu đen
- 60 g đường bột
- ít vỏ chanh, **chuẩn bị nạo**

1. Cho quả mâm xôi vào một cái bát nhỏ và nghiền nhẹ bằng nĩa.
2. Trộn sữa chua và đường bột, cho vỏ chanh chưa bào vào .
3. Nếu muốn, khuấy thêm một ít đường bột (hỗn hợp vẫn có thể xuất hiện một chút
   quá ngọt khi không để trong tủ lạnh, vì hương vị này sẽ mất đi phần nào khi được đông lạnh).

4. Đóng băng trong máy làm kem, thưởng thức ngay lập tức là tốt nhất.
5. Trang trí với quả mâm xôi tươi, có thể ướp với rượu mùi, bạc hà hoặc chanh.

19. Kem chanh

Thành phần

- 125ml nước
- 160 g đường, trong đó 10% là đường dextrose
- 2 (các) quả chanh, bao gồm cả vỏ
- 1 muỗng cà phê kẹo cao su châu chấu
- 3 mét. Chất đạm
- 1 nhúm muối
- **Chuẩn bị** 300 ml nước cốt chanh

1. Đun nước với đường và vỏ chanh, sau đó khuấy bột carob bằng máy đánh trứng và đun sôi. Lấy chảo ra khỏi bếp và để hỗn hợp ngâm trong khoảng 15 phút, sau đó thêm nước cốt chanh.

2. Bây giờ cho hỗn hợp cơ bản qua một cái rây vào một cái bát để loại bỏ đá và vỏ chanh. Cho bát vào tủ lạnh khoảng 1-2 tiếng cho đến khi hỗn hợp đặc lại và lạnh.
3. Đánh ba lòng trắng trứng với một chút muối cho đến khi bông cứng. Sử dụng máy đánh trứng để thêm lòng trắng trứng vào thạch chanh lạnh, sau đó làm đông hỗn hợp trong máy làm kem đến độ đặc mong muốn. Đổ đá vào thùng chứa và để nó đóng băng.

20. Kem sữa chua, vani và kem

Thành phần

- 375 g sữa chua kem, 10% chất béo
- 200 g kem

- 90 g đường, mịn hơn
- **Chuẩn bị** 10 g đường vani bourbon

1. Đánh kem với đường và vani cho đến khi gần như cứng. Cho sữa chua vào trộn đều với kem.
2. Đổ hỗn hợp vào máy làm kem và để đông lạnh.

21. Kem mật ong - vani

Thành phần

- 2 quả trứng)
- 100g mật ong
- ¼ lít kem ngọt
- 1 quả vani

- **chế phẩm** quế

1. Trộn lòng đỏ trứng và mật ong, thêm bột vani và quế. Đánh trứng đến khi tơi lên. Thêm kem vào hỗn hợp lòng đỏ trứng và mật ong và cẩn thận khuấy trong lòng trắng trứng. Chuyển hỗn hợp vào hộp đựng chống đông và đóng băng. Làm một lít kem, tôi thường lấy gấp đôi lượng đó.
2. , bạn cũng có thể sử dụng 1/2 muỗng cà phê Bourbone - Vanilla nếu bạn không có vỏ vani trên tay, tôi đã làm rồi.

22. Kem chanh

Thành phần

- 600 ml nước
- 220 g đường
- 6 miếng chanh (hữu cơ)
- 1 miếng vỏ vani, bột giấy
- 2 miếng protein
- 2 ĐƯỜNG

sự chuẩn bị

1. Cho nước và đường vào nồi đun thành xi-rô.
2. Cắt quả vani theo chiều dài và thêm bột giấy vào nồi. Nghiền mịn vỏ chanh và trộn với xi-rô.
3. Để xi-rô nguội và đổ qua một cái rây. Vắt chanh và trộn nước ép với xi-rô.
4. Đánh lòng trắng trứng và đường cho bông cứng, cho vào ly. Làm lạnh kính trong vài giờ.

23. Chẻ chuối

Thành phần cho 1 phần ăn

- 0,5 CÁI chuối
- kem vani
- 4 Sườn sô cô la
- 3 Sr Kem đánh bông
- 8 CÁI Hạnh nhân lát z. Trình bày

sự chuẩn bị

1. Đặt nửa quả chuối vào một chiếc bát thủy tinh dài. Cắt đôi quả chuối theo chiều dài.
2. Thêm kem vani Cremissimo bằng muỗng kem. Đổ nước sốt sô cô la nóng lên chúng. Trang trí với toppings đánh bông và hạnh nhân thái lát.

3. Đối với nước sốt sô-cô-la: Đun nước sôi trong nồi, cho sô-cô-la vào bát và đun chảy bằng hơi nước, hoặc đơn giản là đổ nước sốt sô-cô-la đã hoàn thành lên trên.

24. Kem hạt phỉ

Thành phần cho 2 phần ăn

- 50 ml chất làm ngọt dạng lỏng
- 2 lòng đỏ trứng
- 250ml sữa
- 60 g hạt dẻ
- **Chuẩn bị** kem tươi 300 ml

1. Rang hạt phỉ trong chảo trên lửa vừa, đảo liên tục bằng thìa.
2. Ngay khi hạt bắt đầu có mùi, hãy tắt bếp và để hạt nguội một chút.
3. Nghiền mịn các loại hạt, đun sôi với sữa và làm ngọt bằng chất làm ngọt dạng lỏng, sau đó bắc chảo ra khỏi bếp.

4. Đánh lòng đỏ trứng cho đến khi nổi bọt và khuấy vào sữa nóng. Thêm kem và để hỗn hợp nguội trong bồn nước đá.
5. Khuấy thường xuyên hơn để không có da có thể hình thành.
6. Đổ hỗn hợp vào máy làm kem và để đông lạnh.

25. Bánh kếp kem

Thành phần cho 4 phần ăn

- 200ml sữa
- 180 g bột mì
- 60 g bơ (đun chảy)
- 1 ổ cắm muối
- 1 nhúm bột nở **chuẩn bị**

1. Đối với bánh kếp kem, đầu tiên trộn bột mì và bột nở với tất cả các thành phần khác để làm bột bánh kếp và để yên trong khoảng 20 phút.
2. Đun nóng bơ đã làm trong trong chảo chống dính và đổ hỗn hợp vào bằng muỗng và nướng cho đến khi có màu vàng nâu - giữ ấm.

3. Đổ nước sốt sô cô la lên bánh kếp, gấp lại và trang trí bằng muỗng kem. Thêm nhiều sốt sô cô la và phục vụ.

26. Kem Blueberry

Thành phần cho 4 phần ăn

- 500 g việt quất
- 150 gam đường
- 1 nước cốt chanh
- 1 cup kem tươi • 100 ml sữa **pha chế**

1. Rửa và phân loại quả việt quất.
2. Xay nhuyễn đường, nước cốt chanh và việt quất bằng máy xay sinh tố.
3. Khuấy kem tươi và sữa.
4. Cho vào máy làm kem 30 phút. Phục vụ với kem đánh bông.

27. Kem 5 phút

Thành phần cho 4 phần ăn

- 400 g dâu tây hoặc quả mâm xôi đông lạnh
- 250ml kem tươi
- **chuẩn bị** đường

1. Đầu tiên, đánh kem cho đến khi bông cứng.
2. Cho trái cây đông lạnh và đường vào máy xay và trộn đều.
3. Cho kem vào và khuấy đều mọi thứ cho đến khi thành kem.
4. Ăn kem ngay lập tức hoặc nếu bạn muốn kem cứng hơn, hãy để kem trong ngăn đá trong tối đa một giờ.

28. Cà phê đá

Thành phần cho 1 phần ăn

- 1 miếng sô cô la để trang trí
- 0,25 lít cà phê
- 100 g bồi bàn
- 3 muỗng kem vani

sự chuẩn bị

1. Pha một ly cà phê đậm đặc rồi để nguội.
2. Sử dụng một muỗng kem để đổ kem vani vào một ly cao và hẹp hoặc sundae. Đổ cà phê mạnh lạnh.
3. Đánh kem bằng máy trộn cho đến khi cứng. Sau đó đổ một ít kem tươi lên mặt kem, rắc thêm vài viên sô cô la lên trên và thưởng thức.

29. Kem dưa hấu

Thành phần cho 4 phần ăn

- 2 Siro phong
- 0,5 CÁI Dưa hấu
- 180ml bơ sữa
- **Chuẩn bị** nước cốt chanh

1. Đối với kem dưa hấu, đầu tiên gọt vỏ dưa, bỏ đá và cắt thành khối vuông.
2. Sau đó trộn xi-rô cây thích, nước cốt chanh và bơ sữa với miếng dưa và xay nhuyễn trong máy xay cầm tay.
3. Đổ hỗn hợp vào máy làm kem hoặc cho vào ngăn đá tủ lạnh vài giờ.

30. Băng giáng sinh

Thành phần cho 6 phần ăn

- 250ml sữa
- muỗng canh đường bột
- 1 muỗng canh kem hạnh nhân
- 1 muỗng canh quế (tráng)
- 15. Gia vị bánh gừng G
- 2 gói kem tươi
- 2 gói đường vani
- muỗng canh mật ong
- 1 chai rượu rum

sự chuẩn bị

1. Đun nóng sữa cùng với đường bột và kem hạnh nhân trong nồi trên lửa vừa, khuấy liên tục cho đến khi kem hạnh nhân tan hoàn toàn.
2. Sau đó, thêm gia vị quế và bánh gừng và đun nhỏ lửa một lần nữa - sau đó nhấc xoong ra khỏi bếp và để hỗn hợp sữa nguội bớt.
3. Bây giờ trộn đều kem đã đánh bông với đường vani và đánh cho đến khi bông cứng. Sữa hạnh nhân bánh gừng đã nguội giờ được thêm từ từ vào kem đánh bông, khuấy liên tục - sau đó cho mật ong và hương rượu rum vào khuấy đều.
4. Sau đó, toàn bộ khối này được đổ vào máy làm kem (chỉ riêng công thức này thôi cũng đủ lý do để bạn mua một chiếc nếu bạn chưa có) và từ từ đông lạnh thành một khối kem đặc, chắc.

31. Kem Marilyn

Thành phần cho 6 phần ăn

- 250ml kem tươi
- 6 sữa chua
- 250 g quả mơ, đọ sức
- 1 rượu rum
- 5 Đường (tuỳ độ ngọt của trái cây)
- 1 CÁI Trứng (nguyên con)
- 3 lòng đỏ trứng **chuẩn bị**

1. Xay nhuyễn quả mơ với sữa chua và rượu rum (bạn cũng có thể bỏ đi) trong máy xay sinh tố.
2. Trộn lòng đỏ trứng, trứng và đường trong nồi cách thủy cho đến khi nổi bọt và khuấy trong nước lạnh.
3. Khuấy quả mơ xay nhuyễn vào hỗn hợp trứng và thêm vào kem đánh bông.

4. Cho hỗn hợp vào ngăn đá tủ lạnh ít nhất 4 tiếng, thỉnh thoảng khuấy đều.
5. Để rã đông trong 15 phút trước khi phục vụ.

32. Kem chiên

Thành phần cho 6 phần ăn

- 1 gói bánh phồng
- Muỗng sô cô la chip
- 500 ml dầu để chiên ngập dầu
- 1 miếng lòng đỏ trứng
- 1 giá muối
- 400 g quả mọng
- 2 muỗng canh **đường** bột

1. Cắt các viên kem ra khỏi kem, cho các viên kem trở lại ngăn đá và đông cứng.

2. nướng viên kem trong đó). Trộn lòng đỏ trứng với một chút muối. Cán mỏng bánh phồng bằng cây cán mỏng hơn (2 mm) và cắt thành hình vuông.
3. Đặt một muỗng kem sô cô la đông lạnh trên mỗi cái. Ấn chặt bánh phồng xung quanh viên kem, sau đó quét lòng đỏ trứng lên viên kem và chiên cho đến khi vàng trong dầu nóng.
4. Trải một vài quả mọng trên mỗi đĩa. Trút viên kem đã chiên ngập dầu lên miếng bánh cuộn, xếp ra đĩa, rắc đường bột lên trên và dùng.

33. Cà phê đá Viên

Thành phần cho 9 phần ăn

- 1 lít cà phê pha (lạnh)
- 1 cốc kem tươi

- 1 ly rượu mùi amaretto
- 60 g đường (nâu)
- 500 g kem vani
- **chế** bột ca cao

2. Pha 1 lít cà phê đậm đặc trong máy pha cà phê như bình thường. Điều này bây giờ được đặt trong cái lạnh trong 2 giờ.
3. Lúc này kem đã đánh bông được đánh bông trong tô bằng máy trộn.
4. Cà phê được trộn với đường và amaretto và chia đều giữa các ly.
5. Bây giờ lấy một miếng kem vani bằng một muỗng canh và cho vào mỗi ly. (cái gì tan biến rất nhanh)
6. Ngoài ra, kem đánh bông được phủ lên trên, Amarettini có thể được đặt bên cạnh ly như một vật trang trí.

34. Kem cam

Thành phần cho 4 phần ăn

- 1 muỗng canh mật ong
- 150ml sữa
- 600ml nước cam
- 150ml kem tươi
- 1 quả chanh, nước cốt
- 100 g đường **chuẩn bị**

1. Cho kem và sữa vào nồi, đun nóng. Trộn đường và mật ong trong một cái bát.
2. Đổ hỗn hợp sữa và kem đang sôi vào trong khi khuấy. Cho hỗn hợp này trở lại nồi và đun trong

khoảng 2 phút, khuấy liên tục. Hỗn hợp không được đun sôi.

3. Bây giờ cho hỗn hợp vào một cái bát và đánh đều trong năm phút. Đồng thời thêm nước cam và chanh và để nguội.

4. Hỗn hợp phải rất lạnh. Khuấy mạnh trong 10 phút nữa và thêm nước trái cây. Đóng băng trong máy làm đá.

35. Kem óc chó

Thành phần cho 4 phần ăn

- 2 quả Trứng (lòng đỏ)
- 129g đường
- 1 pk đường vani
- 100 g quả óc chó
- 250ml sữa
- 200g kem tươi
- 4 cl **Chuẩn bị xi-rô cây thích**

1. Đầu tiên, lòng đỏ trứng và đường phải được khuấy trong một cái bát cho đến khi có dạng kem. Trong khi đó, làm ấm sữa rồi thêm vào hỗn hợp đường trứng.

2. Trộn đều mọi thứ rồi đun lại hỗn hợp trên bếp nhưng không đun sôi.
3. Sau đó đặt trong tủ lạnh trong vài giờ.
4. Bây giờ quả óc chó có thể được cắt nhỏ và rang một chút trong chảo. Kem đánh bông được đánh cho đến khi cứng rồi trộn với các loại hạt xắt nhỏ và xi-rô cây thích.
5. Sau đó, hỗn hợp hạt phải được trộn với khối đã được làm lạnh và cuối cùng cho vào máy làm kem.

36. Kem quế

Thành phần cho 4 phần ăn

- 500ml sữa đậu nành
- 400ml kem đậu nành

- 1 gói đường vani
- 3 muỗng cà phê bột quế
- 100 g đường
- **chuẩn bị** 2 muỗng canh ca cao

1. Đánh bông một chút kem đậu nành trong tô (không đánh bông quá mà chỉ đánh bông khoảng
1 phút để nó trở nên đẹp và sủi bọt).
2. Sau đó, trộn đều đường, đường vani, ca cao và quế trong một bát khác và thêm vào hỗn hợp kem đậu nành - trộn đều mọi thứ.
3. Cho toàn bộ vào máy làm kem. Luôn thêm sữa đậu nành sau vài phút - điều này sẽ làm kem lỏng ra - nhưng bạn cũng có thể thêm sữa trước.

37. Kem chua

Thành phần cho 4 phần ăn

- 2 chén kem chua
- 50ml kem tươi
- 2 muỗng canh đường vani
- 1 trái chanh
- 2 muỗng canh kem phô mai mềm

sự chuẩn bị

1. Chà xát vỏ chanh và vắt lấy nước cốt.
2. Trộn đều với các thành phần còn lại.
3. Đặt trong tủ đông trong vài giờ và để đông lạnh.

38. Kem sữa chua chanh

Thành phần cho 4 phần ăn

- 800 g sữa chua (Hy Lạp)
- 300 g đường cát
- 5 miếng chanh
- 2 muỗng cà phê chiết xuất vani

sự chuẩn bị

1. Đối với kem, đầu tiên vắt chanh. Sau đó trộn sữa chua, nước cốt chanh, chiết xuất vani và đường vào tô bằng máy trộn.
   Toàn bộ sau đó được đổ vào bất kỳ hộp nhựa nào.
2. Sau đó, hộp được đặt trong tủ đông ít nhất 12 giờ. Để món kem thêm béo ngậy, bạn nên khuấy kem 3 giờ một lần bằng máy đánh trứng.

3. Quá trình này được lặp lại 4 lần, đây là cách tốt nhất để đến băng. Kem đã sẵn sàng sau 12 giờ trong tủ đông.

39. Sữa chua và kem anh đào

Thành phần cho 2 phần ăn

- 250 G Cherry (đông lạnh)
- 200 g sữa chua
- 2 muỗng canh xi-rô cây thích
- 3 muỗng cà phê hương vani

sự chuẩn bị

1. Để anh đào rã đông trong khoảng 15 phút. Sau đó xay nhuyễn bằng máy xay cầm tay cho đến khi thành kem.
2. Trộn sữa chua với xi-rô cây thích và hương vani rồi cho vào hỗn hợp anh đào.

40 Kem Bánh Gừng

Thành phần cho 6 phần ăn

- 500 mg sữa
- 450ml kem
- 130 g đường
- 2 muỗng cà phê gia vị bánh gừng
- 6 lòng đỏ trứng
- 1 miếng vỏ vani
- 1 muỗng cà phê vỏ cam, nạo
- 2 rượu rum
- **Chuẩn bị** 170 g bánh gừng

1. Cho sữa và kem vào nồi. Rạch vỏ vani và cạo sạch cùi. Thêm bột vani vào sữa. Khuấy gia vị bánh gừng và đường và đun sôi.
2. Đánh lòng đỏ trứng cho đến khi sủi bọt. Từ từ khuấy hỗn hợp sữa nóng vào trứng bằng máy

đánh trứng. Đổ lại hỗn hợp trứng sữa vào nồi. Khuấy trong vài phút ở nhiệt độ thấp - không đun sôi.

3. Đổ hỗn hợp sữa vào một cái bát và đặt trong tủ lạnh trong 4 giờ.
4. Nghiền bánh gừng thành bột và trộn với rượu rum và vỏ cam. Trộn hỗn hợp này với hỗn hợp lòng đỏ trứng và sữa đã nguội rồi đổ vào máy làm kem.
5. Làm kem trong máy làm kem trong khoảng 30 phút, sau đó cho vào hộp và bảo quản trong ngăn đá tủ lạnh.

41. Sữa đậu nành và kem vani

Thành phần cho 4 phần ăn

- 300ml sữa đậu nành vani

- 100 ml Đậu Nành
- 2 muỗng canh xi-rô cây thùa
- **Chuẩn bị** 2 pk đường vani

1. Sữa và các thành phần còn lại được đánh trong 5 phút bằng máy trộn để đường có thể hòa tan tốt.
2. Bây giờ đặt toàn bộ vào tủ đông trong ít nhất 6 giờ. Nó được khuấy đều mỗi giờ để tạo ra một sự nhất quán tuyệt vời.

42. Vụn chuối

Thành phần cho 4 phần ăn

- 5 miếng chuối
- 100 g sô cô la

- 150 g bột mì
- 80 g đường nâu
- 100 g bơ
- 4 muỗng kem vani

sự chuẩn bị

1. Gọt vỏ chuối và cắt thành miếng. Cắt nhỏ sô cô la, trộn với chuối và cho vào đĩa nướng đã phết mỡ.
2. Làm nóng lò trước ở nhiệt độ 180 độ C.
3. Nhào và nghiền bột mì, đường và bơ bằng tay cho đến khi bạn có được một khối vụn.
4. Đặt những mẩu vụn này lên trên hỗn hợp sô cô la chuối và nướng trong 20 phút.

Ăn kèm với kem vani.

43. Kem cà phê tự làm

Thành phần cho 2 phần ăn

- chủ sở hữu 3 CÁI
- 150 g đường bột
- 300ml kem tươi
- chế 100 ml espresso

1. Chuẩn bị một tách espresso và để nguội.
2. Đánh kem cho đến khi bông cứng và cho vào tủ lạnh.
3. Tách trứng. Thêm đường vào lòng đỏ trứng và khuấy thành hỗn hợp kem bằng máy trộn cầm tay. Khuấy hỗn hợp trong ít nhất 4 phút, nó sẽ đẹp và mịn như kem.
4. Sau đó từ từ cho kem vào khuấy đều.

5. Đánh lòng trắng trứng cho đến khi cứng và thêm vào hỗn hợp. Cuối cùng khuấy cà phê lạnh rất chậm.

6. Cho kem vào hộp thích hợp, dùng màng bọc thực phẩm hoặc nắp thích hợp đậy lại và để trong ngăn đá tủ lạnh ít nhất 5 tiếng (hoặc qua đêm).

44. Kem quả xuân đào

Thành phần cho 4 phần ăn

- 250 g quả xuân đào
- mật ong 3 hoa
- 150ml nước ép táo
- nước cốt 2 quả chanh
- 150 g mâm xôi
- 1 ít chanh để trang trí
- **Chuẩn bị** 60 g quả việt quất

1. Cho quả xuân đào vào nước sôi trong 1 phút, sau đó rửa sạch bằng nước lạnh. Gọt vỏ, quý và đá trái cây.
2. Xay nhuyễn các miếng trái cây với mật ong, nước ép táo và nước cốt chanh. Đổ hỗn hợp trái cây

vào máy làm kem đang chạy và để đông lạnh trong 15-25 phút.
3. Đặt kem hấp vào một chiếc chìa khóa tủ đông bằng nhựa và đông lạnh lại trong tủ đông trong 2-3 giờ.
4. Trong khi đó, phân loại quả mọng, rửa cẩn thận và lau khô.

45. Kem dừa

Thành phần cho 4 phần ăn

- 300g kem tươi
- 400ml nước cốt dừa
- 150 ml xi-rô cây thùa
- 40 g dừa nạo **chuẩn bị**

1. Đánh kem tươi cho đến khi cứng và khuấy trong các thành phần còn lại.
2. Đặt trong tủ đông trong vài giờ.

46. Kem trái cây

Thành phần cho 1 phần ăn

- 1 lát dứa, nghiền
- 6 quả dâu tây, giảm một nửa
- 1 MIẾNG quýt, thái lát
- 3 miếng anh đào, giảm một nửa
- 0,5 quả đào, xắt nhỏ
- 5 CÁI nho, giảm một nửa
- 0,5 muỗng cà phê đường
- 1 shot Cointreau
- 4 mùa xuân Kem đánh
- 2 muỗng kem dâu
- 1 muỗng kem vani
- 1 muỗng kem sô cô la

sự chuẩn bị

1. Trộn các loại trái cây theo mùa như dứa, dâu tây, quýt, anh đào, đào, nho,... vào món salad trái cây. Nêm nếm với đường và Cointreau hoặc nước cam.
2. Dùng muỗng múc kem để xen kẽ kem Cremissimo dâu tây-vani-sô cô la với salad trái cây trong ly hình bầu dục.
3. Trang trí với kem tươi và một ít trái cây.

47. Kem chanh

Thành phần cho 2 phần ăn

- 0,5 lít sữa đậu nành
- 200ml kem tươi
- 1 quả chanh
- 50 g đường **chuẩn bị**

1. Vắt chanh. Đánh kem tươi cho đến khi bông cứng và thêm nước cốt chanh trong khi khuấy liên tục.
2. Sau đó thêm sữa đậu nành và đường và khuấy đều mọi thứ. Cho hỗn hợp vào máy làm kem hoặc cho vào ngăn đá tủ lạnh.

48. Kem bơ sữa

Thành phần cho 1 phần ăn

- 375ml bơ sữa
  2 muỗng canh mật ong
- 1 quả cam (vỏ chưa xử lý)
- 1 miếng chanh (vỏ)
- **chuẩn bị** kem tươi

1. Đầu tiên, trộn sữa bơ, kem đánh bông, mật ong và vỏ nghiền mịn của nửa quả chanh và một quả cam rồi để thật nguội.
2. Sau đó cho vào máy làm kem và đợi đến khi hỗn hợp kem bông và cứng lại.

49. Kem đậu nành

Thành phần cho 2 phần ăn

- 250 g sữa chua đậu nành (soyade)

-
- 1 CÁI chuối
- 1,5 mật ong

1 MIẾNG chanh (nhỏ, vắt)

sự chuẩn bị

2. Xay nhuyễn tất cả các nguyên liệu bằng máy xay cầm tay rồi cho vào máy làm kem trong 20 phút. Toàn bộ cũng có thể được đặt trong tủ đông ít nhất hai giờ

50. Kem trái cây trên que

Thành phần cho 10 phần ăn

- 400 g trái cây (đông lạnh)
- 3 muỗng canh đường

-
  - 200 g kem phô mai
  - 100g sữa chua
  - 1 muỗng canh nước cốt chanh
    10 cái khuôn làm **đá**

3. Rửa và làm sạch trái cây tươi (rã đông trái cây đông lạnh). Sau đó xay nhuyễn và cho 2 thìa đường vào khuấy đều.
4. Trộn kem phô mai, sữa chua, đường còn lại và nước cốt chanh bằng máy trộn. Trộn 1/3 kem với trái cây xay nhuyễn.
5. Xếp lớp kem phô mai trắng và đỏ xen kẽ trong các khuôn làm kem hoặc hũ sữa chua. Xiên que gỗ vào giữa rồi cho vào ngăn đá tủ lạnh ít nhất 5 tiếng.

51. Kem sữa chua anh đào

Thành phần cho 4 phần ăn

- 4 mũi chất làm ngọt dạng lỏng
- 2 cốc sữa chua
- 300 g anh đào
- 1 miếng vỏ vani

sự chuẩn bị

1. Rửa sạch và cho quả anh đào vào đá, xay nhuyễn trong máy xay sinh tố, cho sữa chua và cùi của quả vani vào khuấy đều, nêm với chất làm ngọt dạng lỏng và để ngăn đá trong 3 đến 4 giờ.

52. Cơm rượu trứng

Thành phần cho 6 phần ăn

- 2 quả trứng
- 1 quả trứng (lòng trắng)
- 150 g đường
- 1 cốc kem tươi
- 0,25 l Advocaat **sự chuẩn bị**

2. Cho trứng, lòng đỏ trứng, đường và rượu trứng vào một cái bát và đánh bằng hơi nước cho đến khi có dạng kem, sau đó để nguội trong tủ lạnh.
3. Đánh kem tươi cho bông cứng rồi cho hỗn hợp trứng đã để nguội vào. Dùng màng bọc thực phẩm lót khuôn thị t nai và đổ kem vào. Đóng băng trong tủ đông qua đêm.

53. Kem ăn kiêng với Stevia

Thành phần cho 2 phần ăn

- 500 g quark (nạc)
- 6 muỗng canh bột ca cao
- 2 muỗng cà phê đường vani
- 3 muỗng canh sô cô la rắc
- 0,25 muỗng cà phê bột sativoside (màu trắng)
- 230 g dâu tây (trái cây khác)

sự chuẩn bị

1. Trộn phô mai sữa đông với bột ca cao, đường vani, cỏ ngọt và sô cô la rắc đều trong một cái bát.

2. Làm sạch dâu tây và cắt thành khối nhỏ. Gấp trái cây vào hỗn hợp sữa đông và đặt trong tủ đá trong 20 phút.
3. Khuấy đều kem và làm lạnh thêm 25 phút nữa. Sau đó chia kem giữa 2 ly tráng miệng và phục vụ.

54. Kem phúc bồn tử

Thành phần cho 4 phần ăn

- 200 g quả mâm xôi (đông lạnh)
- nói chất làm ngọt
- 5 muỗng canh **chuẩn bị** phô mai sữa đông

1. Hãy để quả mâm xôi tan một chút. Sau đó xay nhuyễn với quark và chất làm ngọt trong máy xay cầm tay.
2. Đặt trong tủ đá trong hai giờ.

55. Kem dâu trái cây

Thành phần

- 500 g dâu tây
- 200 g đường cát
- 1 quả chanh
- 200 ml nước
- **Chuẩn bị** kem tươi 250 ml

1. Đun sôi nước, đường cát và nước chanh và đun nhỏ lửa cho đến khi chất lỏng xấp xỉ . 150ml.
2. Dâu tây rửa sạch, phân loại và xay nhuyễn với nước đường đã để nguội, cho vào máy làm kem và làm kem.
   Khối lượng phải lạnh!
3. Đánh bông kem tươi và dùng kèm với kem dâu tây.

56. Kem hoa cơm cháy

Thành phần

- 4-5 tán hoa cơm cháy
- 1/2 quả vani
- 1 muỗng canh chất tạo ngọt (dạng lỏng)
- 100 ml nước
- 300 g kem chua
- **Chuẩn bị** 200 g kem tươi

1. Đối với kem hoa cơm cháy, hãy lắc bông hoa cơm cháy để không còn con vật nào trong đó nữa. Cho vào xoong cùng với nước và chất tạo ngọt. Cạo cùi vani ra khỏi vỏ và thêm vào quả cơm cháy cùng với vỏ.

2. Đun sôi, tắt và để yên trong ít nhất nửa giờ. Lọc bỏ nước ủ lạnh. Trộn kem tươi với kem chua cho đến khi mị n, tốt nhất là bằng máy xay cầm tay.
3. Cho nước dùng cơm cháy vào, cho vào tủ lạnh 20 phút, khuấy lại lần nữa, nước dùng sánh và ngậy. Khuấy thành đá trong máy làm kem.
4. Với một ít vụn sô cô la , bạn có món kem stracciatella giả. Nếu bạn không thích chất ngọt, hãy dùng 75-100 g đường.

57. Kem phô mai kem

Thành phần

- 500 ml sữa
- 100ml kem
- 1/2 quả vani
- 170 gam đường

- 2 lòng đỏ trứng
- 120 g cream cheese (kem dê phô mai) **chuẩn bị**

1. Đối với kem phô mai, cho sữa, kem và bột vani vào nồi đun sôi, đánh đường và lòng đỏ trứng trên nồi cách thủy cho đến khi sủi bọt.
2. Cho từ từ sữa vani vào hỗn hợp lòng đỏ trứng và khuấy đều cho đến khi hỗn hợp đặc lại.
3. Lấy bát ra khỏi nồi cách thủy, thêm kem phô mai và đun chảy trong khi khuấy. Để hỗn hợp đông lại trong tủ lạnh khoảng 3 tiếng trước khi thưởng thức món kem phô mai.

58. Sét kem dâu tây

Thành phần

- 500 g dâu tây (đông lạnh)

- 250 g sữa chua (tự nhiên)
- 1 muỗng cà phê đường vani
- 2 muỗng canh đường
- **Chuẩn bị** 1/2 quả chanh (chưa phun)

1. Đối với kem dâu tây, vắt nước cốt của nửa quả chanh chưa phun và chà vỏ. Cho dâu tây đông lạnh vào máy xay sinh tố cùng với vỏ chanh và nước cốt chanh.
2. Thêm sữa chua, đường vani và đường và trộn đều mọi thứ, nhưng càng nhanh càng tốt. Phục vụ kem dâu sét ngay lập tức!

59. Kem sữa chua

Thành phần

- 60 g đường mía

- 2 nhánh bạc hà
- 400 g sữa chua (3,6%)
- 1 miếng. Chanh (hữu cơ, nước ép)

sự chuẩn bị

1. Đối với kem sữa chua, đun sôi đường với 60 ml nước trong nồi nhỏ. Thêm bạc hà, lấy chảo ra, đậy nắp và để xi-rô nguội.
2. Cho sữa chua vào một cái bát, lọc xi-rô đã nguội qua rây, khuấy đều nước cốt chanh và đổ hỗn hợp vào một cái bát nông.

Dùng giấy nhôm bọc lớp kem sữa chua lại rồi cho vào ngăn đá tủ lạnh hoặc ngăn đông của tủ lạnh.

60. Kem nho nho

Thành phần

- 2 lòng trắng trứng (tươi)
- 400 ml nước máy (lạnh)
- 200 ml xi-rô nho
- 2 muỗng cà phê đường **chuẩn bị**

1. Đối với món kem nho, hãy tách những quả trứng gà hữu cơ tươi và để riêng lòng đỏ. Đánh lòng trắng trứng với đường cho bông cứng. Trộn nước với xi-rô và cẩn thận trộn vào khối lòng trắng trứng.

2. Chỉ cần gấp vào. Tắt để tủ đông. Khuấy nhẹ nhàng mỗi giờ. Cho đến khi tinh thể hình thành. (Thời lượng: khoảng 4 h) Cuối cùng, đánh bông bằng máy trộn cầm tay cho đến khi thành kem và rót ra ly. Phục vụ ngay lập tức.

61. Sô cô la và hạt hoàn hảo

Thành phần

- 180 g hạt phỉ (đã bóc vỏ)
- 180 g socola đen đắng
- 600 g kem đôi
- 3 chiếc. Người sở hữu
- **chuẩn bị** đường icing

1. Đối với món parfait sô cô la và hạt, trước tiên hãy nướng hạt phỉ trong lò khoảng 5 phút. Lắc khay nhiều lần để chúng được rang đều các mặt.
2. Sau đó để nguội và thái nhỏ bằng dao nhà bếp lớn. Sau đó đánh bông kem lên gấp đôi cho đến khi bông cứng và cho hạt phỉ vào.
3. Trong một bát khác, đánh lòng đỏ trứng và một ít đường bột trong 10 phút cho đến khi sủi bọt.

Bây giờ, đánh riêng lòng trắng trứng cho đến khi chúng hơi cứng và cho phần đường còn lại vào và đánh cho đến khi bông cứng.

4. Khuấy sô cô la tan chảy vào hỗn hợp lòng đỏ trứng và dần dần gấp đôi kem và lòng trắng trứng. Đổ hỗn hợp vào 6 khuôn an toàn trong tủ đông và đậy bằng màng bọc thực phẩm.

5. Bây giờ đóng băng trong tủ đông ít nhất 8 giờ. Đặt bánh parfaits sô cô la và hạt vào tủ lạnh khoảng 10 phút trước khi dùng để bánh mềm hơn một chút.

6. Sau đó phục vụ bánh parfaits sô cô la và trang trí bằng lá bạc hà nếu cần.

62. Kem Oreo

Thành phần

- 200ml sữa
- 250ml kem tươi
- 100 g đường
- 150 g mascarpone
- 1 gói **chuẩn bị làm** bánh oreo

1. Đối với kem oreo , đun sôi sữa và đường trong khi khuấy. Cho mascarpone vào khuấy đều. Để hỗn hợp nguội bớt.
2. Đánh kem gần như bông cứng rồi cho vào âu cẩn thận. Bẻ vụn bánh quy oreo và khuấy vào hỗn hợp kem.

   Làm đông đá.

63. Kem vani dừa hạnh nhân

Thành phần

- 250ml sữa nguyên chất
- 1/2 pkg đường vani bourbon
- 70ml đường nướng
- 1 chiếc. Con gái
- 250 ml kem tươi (12% chất béo)
- 2 muỗng canh bột bánh pudding vani
- 100 g dừa nạo
- **Chuẩn bị** 50 g hạnh nhân (miếng)

1. Đối với kem vani-dừa-hạnh nhân, đun sôi sữa với đường vani trong vài phút. Sau đó trộn đường với lòng đỏ và bột bánh pudding vani và khuấy trong một ít sữa đun sôi.
2. Dần dần thêm ngày càng nhiều sữa ấm cho đến khi tất cả sữa được kết hợp. Để hỗn hợp nguội bớt, cho dừa bào sợi và hạnh nhân vào, cũng như kem tươi đã đánh bông.
3. Sau đó cho vào máy làm kem.

64. Kem sữa dâu

Thành phần

- Dâu tây
- **chuẩn bị** sữa

1. Đối với kem sữa dâu tây, bạn bỏ dâu tây ra khỏi cuống và cắt thành từng miếng nhỏ. Cho dâu tây vào hộp cao và thêm sữa vừa đủ ngập dâu tây.
2. Nghiền cho đến khi hỗn hợp đều và không có mảnh. Đổ đầy khuôn và cho vào ngăn đá tủ lạnh 3-4 tiếng.

65. Chocolate chuối đá dừa nóng

Thành phần

- 100 g sô cô la (tối, 70%)
- 100 g sô cô la sữa
- 800ml nước cốt dừa (không đường)
- 150ml kem tươi
- 50 gam đường
- 2 quả chuối (chín)
- 1 muỗng cà phê bột vani
- Chocolate chip (để trang trí)

sự chuẩn bị

1. Đối với sô cô la đá chuối, cắt nhỏ sô cô la. Đun nóng nước cốt dừa với bột vani và đường. Đổ hết

200 ml để tạo bọt. Lấy chảo ra khỏi bếp, khuấy sô cô la xắt nhỏ vào nước cốt dừa và làm tan chảy trong đó.

2. Đặt hỗn hợp trong tủ đông trong một giờ. Thỉnh thoảng khuấy đều. Chuối bóc vỏ, cắt miếng nhỏ rồi cho vào hỗn hợp nước cốt dừa.

3. Trộn đều mọi thứ bằng máy xay cầm tay. Chia sô cô la đá vào ly. Đun nóng lại nước cốt dừa đã để dành trong nồi cao và trộn cho đến khi sủi bọt bằng máy xay cầm tay.

4. Dùng thìa phết bọt dừa lên kem chuối chocolate và trang trí với chocolate chip.

66. Kem sữa chua nho khô

Thành phần

- 350 ml Marese
- 300ml sữa chua tự nhiên

- 110 g đường bột
- 1 quả vani (cháo)
- 1/2 quả chanh (nước cốt)
- **Chuẩn bị** 50 g nho khô (thái nhỏ)

1. Đối với kem nho khô và sữa chua, làm đông lạnh Maresi trong 2 giờ. Sữa chỉ nên đông lại, vì vậy thỉnh thoảng bạn nên lắc đều để sữa không bị đông cứng hoàn toàn.
2. Đánh Maresi bằng máy đánh trứng. Trộn đều sữa chua, bột vani, đường bột và nước cốt chanh cho đến khi đường tan hoàn toàn.
3. Dần dần thêm hỗn hợp sữa chua vào Maresi đã đánh bông và tiếp tục đánh.
4. Cuối cùng thêm nho khô và đông lạnh hỗn hợp trong nửa giờ.
5. Hoàn thành hỗn hợp kem trong máy làm kem, sau đó cho kem nho khô và sữa chua vào ngăn đá.

67. Kem Nutella nhanh

Thành phần

- 250ml kem tươi
- 200ml sữa chua tự nhiên
- 8 Pha **chế** Nutella

1. Để làm kem Nutella nhanh, trộn kem tươi, sữa chua và Nutella bằng máy trộn. Đổ vào khuôn và đông lạnh cho đến khi hỗn hợp cứng lại.

68. Kem chà là

Thành phần

- 10 ngày (Medjool hữu cơ, lớn)
- chế 1 lít nước

2. Đối với kem chà là, loại bỏ hạt chà là và cho vào hộp có thể đậy kín (lọ lớn là lý tưởng cho việc này). Đổ nước vào và lý tưởng nhất là ngâm qua đêm. 4 giờ là đủ nếu cần thiết.

3. Bây giờ hãy cẩn thận đổ đi phần nước vẫn chưa có màu. Đổ hết phần đổi màu nâu mà chà là đã tỏa mùi thơm vào máy xay. Loại bỏ da khỏi quả chà là. Điều này bây giờ hòa tan rất tốt. Cho chà là đã bóc vỏ vào máy trộn và để chúng trộn trong khoảng 1 phút ở chế độ cao nhất.

4. Đổ hỗn hợp vào hộp nhựa đậy kín rồi cho vào ngăn đá tủ lạnh khoảng 6 tiếng. Khuấy nhiều lần ở giữa và kiểm tra xem hỗn hợp đông cứng đến mức nào.
5. Dọn ra và thưởng thức món kem chà là béo ngậy.

69. sốt sô cô la hảo hạng

Thành phần

- 50 g Nutella
- 100ml kem tươi
- 1 gói đường vani
- 1 sườn sô cô la đen
- 1 muỗng canh **chuẩn bị** amaretto

1. Đối với nước sốt sô cô la hảo hạng, Nutella, kem đánh bông, đường vani và sô cô la đen được hòa tan trong một cái bát trên nồi cách thủy trong khi khuấy liên tục.

2. Sau khi nó trở thành một khối đồng nhất, nước sốt sô cô la hảo hạng được lấy ra khỏi bếp và tinh chế với amaretto.

70. Kem táo quế

Thành phần

- 1 cốc kem tươi (250ml)
- 1 quả chanh (lớn)
- 4 quả táo (loại nhỏ, ngọt)
- 1/2 muỗng canh quế
- 1/2 chén đường bột (125 g)
- Pha sữa 1/8 l

1. Đối với kem táo và quế, gọt vỏ táo và xay nhuyễn với sữa. Thêm quế và đường và khuấy đều.
2. Vắt chanh. Cho nước trái cây và kem đã đánh bông vào một cái bát và đánh cho đến khi kem (không quá cứng). Thêm hỗn hợp táo và quế và khuấy lại.
3. Đổ hỗn hợp vào khuôn đá và đóng băng.

71. Kem dừa mâm xôi

Thành phần

- 500 g mâm xôi
- 1 lon nước cốt dừa
- 1 miếng. Chanh (Hữu cơ)
- Đường (nếu cần)
- **Chuẩn bị** lá bạc hà

1. Đối với kem mâm xôi và dừa, xay thật nhuyễn mâm xôi, sau đó lọc qua rây để loại bỏ đá.
2. Khuấy nước chanh và vỏ với nước cốt dừa. Cho dừa nạo sấy vào. Nếu muốn, bạn cũng có thể làm ngọt kem với một ít đường.
3. Xử lý hỗn hợp trong máy làm kem theo hướng dẫn.

Trang trí với bạc hà và phục vụ.

72. Kem dâu nhanh với húng quế

Thành phần

- 250ml sữa chua
- 200 g dâu tây
- 60ml kem tươi
- 100ml mật ong
- 10 lá húng quế
- 2 cl rượu mùi berry
- 10-12 que kem (hoặc nhỏ

thìa) **chuẩn bị**

1. Đối với món kem dâu tây với húng quế, bạn bỏ phần xanh của dâu tây, rửa sạch và cắt làm đôi. Hái húng quế.

2. Trộn sữa chua, nửa quả dâu tây, kem đánh bông, mật ong, húng quế và rượu mùi rồi xay nhuyễn. Đổ hỗn hợp vào các khuôn nhỏ và cắm que kem vào. Để nó đặt trong tủ đá qua đêm.
3. Lấy kem que ra khỏi khuôn và phục vụ món kem dâu nhanh với húng quế.

73. Kem bơ đậu phộng

Thành phần

- 300 ml sữa
- mascarpone 100ml
- 100ml kem tươi
- 3 chiếc. Con gái
- 100 g đường
- 250 g bơ đậu phộng
- 1 giá quế
- **chuẩn bị** muối

1. Đối với kem bơ đậu phộng, cho sữa, mascarpone và kem tươi vào đun sôi, khuấy liên tục. Đánh lòng đỏ trứng và khuấy trong quế, muối và đường.

2. Thêm hỗn hợp sữa vào hỗn hợp lòng đỏ trứng. Khuấy thành kem trên lửa nhỏ. Để nguội và cho vào tủ lạnh ít nhất 6 tiếng.
3. Cho 150 g bơ đậu phộng vào máy xay cầm tay và khuấy trong máy làm kem theo hướng dẫn.
4. Đun nóng một chút bơ đậu phộng còn lại và cho vào. Làm lạnh kem bơ đậu phộng qua đêm.

74. Sorbet dâu tây bạc hà

Thành phần

- 250 g dâu tây
- 5 muỗng canh mật ong
- 1 miếng chanh
- 1 shot Cointreau
- **Chuẩn bị** 20 lá bạc hà

1. Đối với kem dâu bạc hà, vắt chanh, chà sạch vỏ. Dâu tây bỏ phần xanh, rửa sạch, cắt làm đôi.
2. Rửa bạc hà và cắt nhỏ hầu hết. Xay nhuyễn cả hai với mật ong, nước cốt chanh và vỏ Cointreau, cho vào khuôn phẳng và để đông lạnh ít nhất 60 phút.
3. Khuấy 15 phút một lần. Tạo hình bánh bao bằng thìa nóng và trang trí kem dâu bạc hà với phần bạc hà còn lại.

75. Quýt chuối lắc đá

Thành phần

- 2 quả chuối

- 2 quả quýt
- 2 kem vani
- 250ml sữa
- 1 muỗng canh mật ong
- 1 Giá quế sơ **chế**

1. Đối với chuối và quýt lắc với kem, gọt vỏ và cắt nhỏ chuối. Gọt vỏ và bổ múi quýt. Xay nhuyễn cả hai với sữa.
2. Làm ngọt bằng mật ong. Rót chuối quýt với đá vào ly, thêm viên vani và rắc quế trước khi dùng.

76. Kem chuối xoài

Thành phần

- 1 mảnh . chuối 1 chiếc. Trái xoài 1 chiếc. Không.
- 60g mật ong
- 60 g đường
- 1 gói đường vani
- 1/4 l quất trên cùng
- 1 lon muối
- **Chuẩn bị** giòn (hoặc mảnh hạnh nhân để trang trí)

1. Đối với kem chuối và xoài, tách trứng và đánh lòng trắng trứng với muối cho đến khi bông cứng. Trộn lòng đỏ trứng với mật ong, đường và vani cho đến khi thành kem.

2. Để đánh kem. Gọt vỏ xoài, bỏ lõi và cắt thành miếng nhỏ. Gọt vỏ và nghiền chuối. Trộn tất cả mọi thứ một cách cẩn thận.
3. Đóng băng trong tủ đông và để trong tủ đông qua đêm. Chia phần kem chuối và xoài và trang trí với hạnh nhân thái lát và kẹo hạnh nhân

77. Kem sữa

Thành phần

- 250ml sữa
- 250ml kem tươi
- 150 g đường cát mịn
- 150 g mascarpone
- **Chuẩn bị** 1/2 quả vani (cùi)

1. Đối với kem sữa, đun sôi sữa và đường trong nồi trong khi khuấy.
2. Khuấy bột mascarpone và vani và đun sôi lại hỗn hợp. Lấy chảo ra khỏi bếp và để hỗn hợp nguội bớt.
3. Đánh bông kem tươi cho đến khi bông cứng và cẩn thận cho vào khối sữa.

4. Cho vào ngăn đá tủ lạnh khoảng 20-30 phút rồi cho vào máy làm kem.
5. Kem sữa đặt nó trong tủ đông.

78. chuối tiêu

Thành phần

- 4 quả chuối
- 1 quả cam
- 1/2 vôi
- 2 muỗng canh mảnh hạnh nhân 6 ngày bơ
- 4 muỗng cà phê đường
- 2 muỗng canh rượu mùi cam
- **chuẩn bị** kem vani

1. Đối với chuối nướng, vắt chanh và cam rồi trộn với đường. Xé một số vỏ từ trái cây họ cam quýt và thêm vào nước đường.
2. Nướng các mảnh hạnh nhân trong chảo khô cho đến khi có màu nâu nhạt và đặt sang một bên.

3. Chuối bóc vỏ, cắt đôi theo chiều dọc. Đun nóng bơ trong chảo trên lửa vừa. Chiên chuối cả hai mặt. Tắt bếp, đổ nước ép vào và để yên trong vài phút.
4. Rắc hạnh nhân vụn lên chuối trước khi ăn. Đun nóng rượu mùi trên một cái ấm hơn và đốt cháy. Đổ chuối trong khi chúng cháy.
5. Phục vụ chuối nướng với kem vani!

79. Kem que Nutella

Thành phần

- 1/4 lít sữa
- 2 muỗng canh bột ca cao
- 3 hạt dẻ
- **Chuẩn bị** ổ muối 1/2

1. Đối với kem Nutella, cho tất cả nguyên liệu vào máy xay sinh tố và trộn đều.
2. Cho chất lỏng vào tủ đông và đợi cho đến khi kem Nutella cứng lại.

80. Kem chuối xanh

Thành phần

- 6 quả chuối (chín)
- 2 nắm rau mồng tơi
- **chuẩn bị** nước

1. Đối với kem chuối xanh, xay nhuyễn chuối với rau bina và một ít nước trong máy xay sinh tố. Đặt trong tủ đá trong 3 đến 4 giờ và phục vụ.
2. Bạn cũng có thể đóng băng chuối để làm kem chuối xanh thành từng miếng cho đến khi chúng

đông lại một nửa. Cung cấp một sự nhất quán kem hơn một chút.

81. Kem dâu đánh bông

Thành phần

- 500 ml nguyên con
- 500 g kem tươi
- 400 g đường
- 4 lòng đỏ trứng
- 150 g quả mọng
- 1 muỗng canh nước **chuẩn bị**

1. Đối với kem dâu và kem tươi, cho sữa, kem tươi và 225 g đường vào nồi đun sôi. Lấy nó ra khỏi bếp.
2. Đánh lòng đỏ trứng trong một bát nhỏ, dần dần thêm 5 muỗng canh hỗn hợp kem. Khuấy liên tục để lòng đỏ không bị đông cứng.

3. Thêm hỗn hợp lòng đỏ trứng vào hỗn hợp kem còn lại và đun trên lửa vừa, khuấy liên tục. Khuấy cho đến khi hỗn hợp đặc lại.
4. Lọc hỗn hợp qua rây mịn vào tô lớn, đậy nắp và để trong tủ lạnh.
5. Trong khi đó, đun sôi dâu với 175 g đường và 1 muỗng canh nước trong nồi nhỏ cho đến khi tạo thành nước sốt.
6. Lọc qua rây và loại bỏ các mảnh lớn. Để nguội trong tủ lạnh.
7. Cho lòng đỏ trứng đã nguội và kem đã đánh bông vào máy làm kem, khuấy đều trong khoảng 20 phút.
8. Đổ 1/3 lượng kem vào hộp có thể đậy kín và đổ 1/3 lượng nước sốt berry lên trên. Lặp lại hai lần, kết thúc với nước sốt quả mọng.
9. Kem berry bao phủ và đóng băng.

82. Sữa bơ trái cây với đá

Thành phần

- 1 lít bơ sữa
- 250g việt quất
- 3 muỗng canh xi-rô phong
- 4 kem vani
- một vài rắc sô cô la

sự chuẩn bị

1. Đối với bơ sữa trái cây, xay nhuyễn quả việt quất với đá và khuấy kỹ vào bơ sữa với xi-rô cây phong. Cho vào tủ lạnh vài phút.
2. Đổ đầy vào bốn ly, thêm một muỗng kem vani và phục vụ sữa bơ trái cây rắc kem và rắc sô cô la.

83. Sữa lắc sô cô la

Thành phần

- 4 miếng. Kem sô cô la
- 100 ml sữa (lạnh)
- 60 ml nước sốt sô cô la
- 1/2 cốc kem tươi
- Rắc sô cô la (tùy chọn)

sự chuẩn bị

1. Đối với sữa lắc sô cô la, đầu tiên trộn kem, sữa và sốt sô cô la.
2. Đánh kem tươi cho đến khi bông cứng.
3. Sữa lắc sô cô la cho vào ly và trang trí bằng kem đánh bông và rắc sô cô la.

84. Bánh bí đỏ

Thành phần

- 0,25 quả chanh (nước cốt)
- 40 ml lề đường
- 200 g dầu bí ngô (màu xanh lá cây, thịt không da)
- 150 gam đường
- 2 quả trứng
- 4 lòng đỏ trứng
- 60 ml anh đào
- 500ml kem tươi (đã đánh bông)
- 1 nhánh bạc hà

sự chuẩn bị

1. Đối với món parfait bí ngô, đun sôi dầu bí ngô với 50 g đường, rượu mùi bí ngô và nước cốt của một quả chanh.
2. Đánh 100 g đường, trứng, lòng đỏ trứng và kirsch cho đến khi nguội rồi cho kem tươi vào hỗn hợp.
3. Đổ đầy khuôn parfait và đóng băng.
4. Trang trí parfait bí ngô với bạc hà và phục vụ.

85. Bánh mousse cà phê đông lạnh

Thành phần

- 4 quả trứng (tách)
- 6 muỗng canh đường
- 2 muỗng cà phê (tức thời)

- 275ml kem tươi
- một ít kem (để trang trí)

sự chuẩn bị

1. Đối với mousse cà phê, đánh lòng đỏ trứng với 4 muỗng canh đường cho đến khi sủi bọt nhẹ. Giữ bát trên nồi hơi đôi và tiếp tục đánh cho đến khi hỗn hợp đặc lại. Khuấy bột cà phê, lấy ra khỏi bồn nước và để nguội.
2. Trong một bát lớn, đánh kem tươi cho đến khi bông cứng và đổ vào hỗn hợp trứng. Đánh lòng trắng trứng cho đến khi bông cứng và khuấy trong phần đường còn lại. Cẩn thận gấp lòng trắng trứng vào hỗn hợp cà phê.
3. Đổ hỗn hợp vào ly tráng miệng và đặt trong ngăn đá ít nhất 1,5 giờ. Bánh mousse nên được lấy ra khỏi ngăn đá hai mươi phút trước khi dùng. Để phục vụ, trang trí bánh mousse cà phê với một ít kem đánh bông.

86. Kem hồ trăn thạch

Thành phần

- 1 gói thạch mộc nhĩ
- 3/4 muỗng cà phê chất làm ngọt (hoặc đường)
- 1 quả đu đủ (nhỏ)
- 1 quả kiwi
- 1 quả chuối (vừa)
- 1 quả chanh (nước cốt)
- 1 muỗng canh quả óc chó (thái nhỏ)
- 500ml kem hồ trăn
- Kem đánh

sự chuẩn bị

1. Đối với kem quả hồ trăn trên thạch, hãy chuẩn bị thạch gỗ như mô tả trên bao bì và phân phối

đều trong các khuôn bánh tartlet. Để nguội, lấy ra khỏi khuôn và bày ra đĩa.
2. Gọt vỏ và cắt nhỏ đu đủ, kiwi và chuối, sau đó trộn với nước cốt chanh và chất làm ngọt.
3. Đặt salad trái cây vào khuôn thạch và phủ bằng muỗng kem.
4. Trang trí kem hạt dẻ cười với kem tươi để làm thạch.

87. Kem dừa làm từ Quark

Thành phần

- 100 g gáo dừa
- 400 ml sữa
- 3 muỗng canh đường cát
- **Chuẩn bị** quark 500 g

1. Đối với kem dừa làm từ quark, hãy đun sôi nhanh dừa vụn và đường trong sữa trong nồi, sau đó để yên trong một giờ và để nguội.
2. Khuấy quark bằng máy đánh trứng. Đặt hỗn hợp vào một cái bát trong tủ đông trong 4 giờ, thỉnh thoảng khuấy cho đến khi nó có độ đặc bán đông. Cho kem dừa dưới đáy nồi vào ly kem và dùng ngay.

88. Sorbet cam máu với táo xanh

Thành phần

- 500ml nước cam huyết
- 1 miếng. quả sồi
- 1 muỗng canh đường cát
- 4 muỗng canh xi-rô đường
- 2 cl Campari
- 2 chiếc. Táo Xanh
- 1 muỗng cà phê đường bột
- cốt chanh

1. Đối với món kem cam máu với táo xanh, lọc nước cam qua rây. Đánh lòng trắng trứng với đường để tạo thành tuyết. Hòa nước cam với si-rô đường (1/2 lít nước và 1/2 kg đường cát đun sôi

trong 5 phút - cũng có thể chuẩn bị trước) và Campari, cho lòng trắng trứng vào. Đóng băng toàn bộ trong máy làm kem cho đến khi kem.

2. Rửa sạch táo và dùng máy bào gọt vỏ. Trộn với đường bột và nước cốt chanh và để hơi đông trong ngăn đá tủ lạnh khoảng 45 phút.

3. Phục vụ những quả táo với sorbet và trang trí như mong muốn.

89. Kem dâu và mâm xôi

Thành phần

- 2 chén dâu tây (tươi hoặc có thể đông lạnh)
- 2 chén quả mâm xôi
- 3/4 cốc (các) nước cam (mới vắt)
- 1/2 cốc (s) sữa
- 1/4 chén (s) mật ong

- 2 lòng trắng trứng
- **Chuẩn bị** 1 muỗng canh mật ong

1. Rửa dâu tây và loại bỏ rau xanh.
2. Xay nhuyễn dâu tây, quả mâm xôi, nước cam, sữa và 1/4 cốc mật ong với nhau. Nếu cần thiết, đi qua một cái rây.
3. Đổ hỗn hợp vào khuôn và để đông lạnh trong 2 đến 3 giờ hoặc cho đến khi hỗn hợp đặc lại.
4. Đánh lòng trắng trứng cho đến khi bông cứng và ngay khi nó đông lại, cho từ từ mật ong vào khuấy đều.
5. Đặt một cái bát trong nước đá và đổ khối đông lạnh vào đó. Đánh kem bằng máy đánh trứng cho đến khi mịn. Nếu cần, trước tiên hãy chia khối đông lạnh thành từng miếng lớn. (Điều quan trọng là khối lượng được làm lạnh tốt để các tinh thể băng không bị tan chảy.)
6. Cẩn thận khuấy lòng trắng trứng vào hỗn hợp đã đánh bông.
7. Đổ lại kem vào khuôn và làm lạnh sâu trong 6 đến 8 giờ.

90. Kem dâu rượu rum

Thành phần

- 300 g dâu tây
- 175 g đường bột (nếu cần, thay một nửa bằng đường fructose)
- rượu rum 20ml
- 1 muỗng canh nước cốt chanh
- 250ml kem tươi
- **chuẩn bị** đường vani

1. Dâu tây rửa sạch, bỏ hạt và xay nhuyễn.
2. Khuấy đường bột, rượu rum và nước cốt chanh.
3. Đánh kem tươi với đường vani cho đến khi bông cứng và cho dâu tây vào.
4. Đóng băng trong các phần.

91. Kem cà phê trắng

Thành phần

- 3 lòng đỏ trứng
- 60 g đường
- 100ml kem tươi
- 200ml sữa
- **10 cà phê nhân pha chế**

1. Đối với kem cà phê, hãy đặt máy trộn của máy làm kem vào ngăn đá trong thời gian thích hợp (khoảng 12 giờ trước!). Bước này không cần thiết nếu bạn có một chiếc máy thoải mái tự làm mát.

2. Đối với kem, đun sôi kem, sữa và đường. Bây giờ thêm hạt cà phê vào khối lượng và để mọi thứ trong giá lạnh trong khoảng 10 giờ.

3. Tách trứng và khuấy lòng đỏ trứng cho đến khi sủi bọt. Trước khi kết thúc, lọc chất lỏng qua rây và hâm nóng. Từ từ khuấy hỗn hợp trứng vào chất lỏng ấm.
4. Làm đông lạnh kem cà phê trong máy làm kem và hoàn thành.

92. kem nướng

Thành phần

- 1 miếng đế bánh quy (sẵn sàng)
- mứt mơ
- 1 muỗng canh rượu rum
- 4 miếng. quả sồi
- 150 gam đường
- Kem (tùy ý)
- 250 g quả mâm xôi
- **Chuẩn bị** hạnh nhân mảnh

1. Đối với kem nướng, cắt một tấm có kích thước 15x30 cm từ đế xốp. Rưới rượu rum lên đáy và phủ mứt mơ lên trên. Trải một nửa quả mâm xôi

lên trên. Bây giờ hãy đổ đá lên trên và rải phần còn lại của quả mâm xôi lên trên.
2. Đánh lòng trắng trứng với đường cho bông cứng. Đổ vào túi bắt kem và phủ đá lên trên.
3. Rải hạnh nhân vụn lên trên và nướng trong lò ở nhiệt độ 240°C.
4. Sau đó phục vụ kem nướng ngay lập tức.

93. Kem trà trái cây

Thành phần

- 600 ml nước
- 60 g trà hoa quả
- 1 pkg chất ổn định kem
- 250 g kem
- 1 gói đường vani
- 100 g sữa chua (tự nhiên)
- 100g đường mía
- rượu rum 6ml
- 1/2 quả vani (cùi của nó)
- Sô cô la (nạo nhỏ, để trang trí)

sự chuẩn bị

1. Đối với kem trà trái cây, đổ trà vào 2 túi lọc với nước sôi và ngâm trong 3 giờ. Sau đó thư giãn.
2. Đổ trà vào máy làm kem và khuấy đều, từ từ thêm rượu rum và sữa chua. Sau đó đánh kem tươi với bột vani và chất làm cứng kem cho đến khi bông cứng. Cho đường vào máy làm kem đang chạy sao cho thành một lượng kem vừa đủ. Sau khoảng 25 phút, cho từ từ kem đã đánh bông vào trộn đều.
3. Sau đó khuấy đều mọi thứ thêm 5 phút nữa, sau khoảng 15 phút đổ vào khuôn kem và để kem trà trái cây đông lạnh trong 3 giờ ở -10 độ. Trang trí với sô cô la mảnh trước khi phục vụ.

94. Kem chua

Thành phần

- 500 g kem chua
- 6 miếng chanh (nước trái cây)
- 1 muỗng canh sữa bột
- 2 muỗng canh kem tươi
- 150ml siro gừng
- 2 muỗng canh đường bột (chất đống)

sự chuẩn bị

1. Trộn kỹ tất cả các nguyên liệu và lọc qua rây để tránh vón cục vào đá. Kết thúc trong máy làm kem.

95. Kem sô cô la trắng

Thành phần

- Kem kem công thức cơ bản
- 350 g sô cô la giọt (màu trắng)
- **Chuẩn bị** kem ca cao

1. Chuẩn bị công thức cơ bản cho kem sô cô la trắng.
2. Hòa tan những giọt sô cô la trắng trong hỗn hợp nóng và nước hoa với Creme de Cacao.
3. Để nguội và đóng băng trong máy làm kem.

96. Kem chua

Thành phần

- 500 g kem chua 150 g đường bột
- 50 g Schlagober
- **Chuẩn bị** 60 ml nước cốt chanh (hoặc nước cốt chanh)

1. Đối với kem chua, trộn tất cả các nguyên liệu lại với nhau và để đông lạnh.

97. Cơm nấm cục màu cam

Thành phần

- Kem kem công thức cơ bản
- 220 g chocolate chip màu cam
- 50 ml **pha chế rượu mùi cam**

2. Chuẩn bị công thức cơ bản cho kem cam và nấm cục.
3. Hòa tan những giọt sô cô la cam trong hỗn hợp nóng và thêm rượu mùi cam.

98. Kem chanh truffle

Thành phần

- Kem kem công thức cơ bản
- 220 g sô cô la giọt chanh
- **Chuẩn bị** rượu mùi chanh hoặc chanh

(để tạo hương vị)

1. Chuẩn bị công thức cơ bản cho kem nấm cục chanh.
2. Hòa tan những giọt sô cô la chanh trong hỗn hợp nóng và thêm hương vị bằng chanh hoặc rượu mùi chanh.
3. Để nguội và đóng băng trong máy làm kem.

99. Kem mận và cam

Thành phần

- 800 g mận (chín) 200 ml nước
- 75 gam đường
- 1 quả cam (lớn)
- 1 lòng trắng trứng (nhỏ) **chuẩn bị**

1. Đối với kem mận và cam, đầu tiên cho mận, đường và nước vào nồi đun sôi. Sau đó giảm nhiệt độ và đun nhỏ lửa trong khoảng 5 phút.
2. Trong lúc đó, vắt cam.
3. Khi mận đã mềm, xay nhuyễn chúng với nước cam, đổ vào một cái bát nông, để nguội rồi cho

vào ngăn đá tủ lạnh trong vài giờ cho đến khi hỗn hợp gần như đông đặc (bán đông lạnh).

4. Đánh lòng trắng trứng cho đến khi bông cứng và khuấy đều. Kem mận và kem cam sẽ đông cứng hoàn toàn.

100. Kem vani với quả hồ trăn

Thành phần

- 1 quả vani (cạo cùi và vỏ)
- 85ml sữa
- 1 muỗng cà phê tiêu (đen)
- 50 g hạt dẻ cười (rang, muối, thái nhỏ)
- 270 ml sữa đặc (có đường)
- **Chuẩn bị** 500 ml kem tươi (đánh bông cho đến khi bông cứng)

1. Đối với kem vani với quả hồ trăn, trước tiên hãy đun nóng sữa với bột vani, vỏ quả và hạt tiêu cho đến khi gần sôi. Đặt sang một bên và để yên trong khoảng một phần tư giờ. Sau đó loại bỏ vỏ.

2. Khuấy sữa đặc và quả hồ trăn. Cho kem đã đánh bông vào. Kem vani với quả hồ trăn được phết lên 4 khuôn ramekins và để đông lạnh trong vài giờ, tốt nhất là để qua đêm.

www.ingramcontent.com/pod-product-compliance
Lightning Source LLC
Chambersburg PA
CBHW050028130526
44590CB00042B/2140